શૃંખલા

અણકીધેલા ભાવ

PUBLISHED BY

શૃંખલા

અણકીધેલા ભાવ

યજ્ઞેશ પરમાર

INDEX

"મા"...7

"પપ્પા"..8

"આશા"...9

"મિલન"......................................10

"હ્દય".......................................11

"સત્ય".......................................12

" સબંધ ભાઈ-બહેનના "................13

" ઘરની યાદ "...........................14

"કાલ્પનિક જિંદગી"...................15

"વિરહ".....................................17

"લાગણીઓની માયાજાળ"..........18

"પ્રતિબિંબ".............................19

"અણકીધેલા ભાવ"....................20

"મારો ભારત દેશ "................21

"વિશ્વાસ".. 23

"તારો ચેહરો".. 24

"સ્નેહની તરસ ".....................................25

"મા ની આશ "......................................26

"આશાનો આધાર"................................... 28

"દેખાડો"...29

" બારી "...30

"દુઃખ"...31

"આલિંગન"...32

"ચંચળ મન"....................................... 33

"પપ્પાને પત્ર "..................................... 34

"જીવન સંગીની "................................... 35

ધ્યાન રાખ્યું મારુ................................... 36

"પાયલનો ઝણકાર "...............................37

"મા"

ક્યારેક યાદોમાં તો ક્યારેક વાતોમાં,

જીવનમાં મળતાં પ્રત્યેક પડકારોમાં,

ઝંખના કરું છું સદા તારા જ વાત્સલયની,

ક્યારેક દિવસોમાં તો ક્યારેક રાતોમાં,

વિશેષ કોઈ નથી આ દુનિયામાં તારાથી,

અને નહીં રહે કોઈ કયારેય પણ તારા આ સ્થાનમાં,

યાદ કરતો રહું છું તને અને સદા કરતો રહીશ

"મા" તને મારા મનનાં દરેક અવકાશોમાં.

"પપ્પા"

વાતો મનની એ વિના કીધા સમજતા,

દુઃખ ભુલી પોતાનું અમારી સામે એ હસતા,

ખુશીઓ માટે એ ઘરની દિવસ-રાત મેહનત કરતા,

દેખાડી ન શકતા પણ લાડ એ પણ ઘણું કરતા.

"આશ"

સાદ પાડવા છતાં

પણ જે નથી સાંભળતા,

એ મનની વાતો ક્યાં સંભાળશે,

છતાં વિશ્વાસ છે ક્યાંક મનને કે,

એને પણ સમજતા ક્યારેક તો આવડશે.

"મિલન"

થાકી છે આંખો

દિવસ-રાત તારી રાહમાં,

યાદ કરે છે મન તને

સમયનાં પ્રત્યેક ભાગમાં,

વિચારું છુ આવશે વિરહની

આ ઘડીનો પણ ક્યારેક અંત,

અને થશે આપણો પણ એક દિવસ મિલન.

"હૃદય"

ઝંખના કરે

ક્યારેક પ્રેમની,

તો ક્યારેક સમ્માનની,

સાચવી રાખે

યાદો બધી,

સુખ-દુઃખ અને અપમાનની.

"સત્ય"

જે શંકાનું ખંડન કરી,

પુરે સબંધમાં વિશ્વાસ,

જેનાથી મનમાં કોઈનો ડર ના રહે,

ના રહે કોઈ વાતનો ભાર.

" સબંધ ભાઈ-બહેનના "

ક્યારેક લડતો,

ક્યારેક ઝગડતો,

મનની તારી વાતો હું ક્યારેક

ના સમજતો,

રમતો તારી સાથે,

તો ક્યારેક તારાથી અલગ રહેતો,

દુઃખ પહોંચાડતો વાતોથી મારી ક્યારેક,

તો ક્યારેક તને મનાવી લેતો,

માન્યું કે તને હું ઘણું હેરાન કરતો

પણ પ્રેમ પણ તને મનથી હું એટલો જ કરતો.

" ઘરની યાદ "

દરેક નાના કામમાં મા નાં પ્રેમની,

તો એકલવાયી ક્ષણોમાં,

બહેન સાથેની મસ્તીની,

નવરાશનાં સમયમાં,

એ ભાઈબંધો સાથે ફરવું,

તો ચિંતા અને મુશ્કેલીમાં,

પપ્પાની રખાતી સારસંભાળની,

દરેક સમય યાદ કરાવે છે

મને ઘણા લોકો નો સાથ

અને આવે છે મને મારા ઘરની યાદ.

"કાલ્પનિક જિંદગી"

હર્ષ અને ઉલ્લાસ,

ને લાગણીઓની મીઠાશ,

આરામની જિંદગી,

વિના કોઈ કંકાશ,

દુઃખ અને તકલીફ્રો

થી મળી જાય

સદા માટે અવકાશ,

જોઈએ જે મનને

એ રહે હંમેશા પાસ,

પ્રેમ અને સુખનો

બસ આમ રચાતો રહે પ્રાશ,

તો રાખે કોઈ જિંદગીથી શું બીજી આશ.

"વિરહ"

શૃંખલા હતી સુખોની તારી,

લાગણીઓ મારી જિંદગીમાં,

જતા ની તારી સાથે જ ક્ષણભરમાં,

હૃદયમાં બધુ અસ્તવ્યસ્ત થઈ ગયું,

પૂરક હતો તારો એક સાથ જ

મારી આશાઓનાં વૃક્ષનો,

હાથ મુકતા ની તારા સાથે જ

એનું છેલ્લું પાંદડું પણ ખરી ગયું.

"લાગણીઓની માયાજાળ"

તારાથી ઘૃણા કરવી છે,

તારા પર ગુસ્સો કરવો છે,

છતાં જોતા તને સ્વભાવમાં

મારા નરમાશ આવી જાય છે,

દૂર રેહવું છે તારાથી,

નથી રાખવી તારી કોઈ પણ

સ્મૃતિ મારા મનમાં,

પણ ભૂલવાનો હું પ્રયત્ન કરું

જેટલો તને એટલી તું વધારે

મને યાદ આવી જાય છે.

"પ્રતિબિંબ"

પ્રતિબિંબ તારું હૃદયમાં

કંઈક એવુ ઘડાયું,

કે મનના પ્રત્યેક ખૂણામાં

માત્ર લાગણીઓનું જ સૌંદર્ય છવાયું,

એકલવાયું લાગતું હતું જીવન

ક્યારેક જે મને મારું,

એના ખાલીપામાં,

તારા આવવાથી એક પૂરક પુરાયુ.

"અણકીધેલા ભાવ"

પ્રેમ હતો તારી માટે,

કદર પણ હતી મનમાં,

બસ કીધું નઈ કયારેય તને,

વિચારીને કે તું સદા રેહવાની

છો જીવનમાં.

"મારો ભારત દેશ "

મારો દેશ,

મારી જન્મભૂમિ,

છે સૌથી શ્રેષ્ઠ,

જ્યાં બધા અલગ હોવા છતાં

ક્યાંકને ક્યાંક છે એક,

જ્યાં વીરોએ જન્મ લીધો,

ને દીધી દેશની આઝાદી માટે જાન,

જ્યાં સમાજ સુધારકોએ દિશા બદલી,

કર્યુ એક નવા યુગનું નિર્માણ,

જ્યાં ગાયન, નૃત્ય, કલા કૃતિઓની છે સંપૂર્ણ
હારમાળા,

જ્યાંની ફૌજ છે સૌથી શક્તિશાળી,

જે કરી દે છે દુશ્મનોનાં ઉભા ટૂંવાડા,

જ્યાં પરીવાર, સંસ્કૃતિ અને નૈતિક મૂલ્યોનું
મહત્વ

આજ પણ છે શેષ,

હા આજ છે મારો ભારત દેશ, હા આજ છે
મારો ભારત દેશ.

"વિશ્વાસ"

જોતા ન શીખ્યા

મનનાં ભાવો,

સાંભળ્યોને સમજ્યો,

તો માત્ર,

શબ્દોનો જ છલાવો,

વિશ્વાસની દોર સાચવી

રાખી ન શક્યા,

ને માંગ્યો તો બસ

માત્ર લાગણીઓનો પુરાવો.

"તારો ચેહરો"

ચેહરાને તારા હું

આંખોમાં સમાવું,

મનમાં તારી લાગણીનાં

ગીતો હું ગાઉ,

સુખમાં તારા

હું હસુ,

તો દુઃખમાં તારા

હું પણ દુઃખી થાઉ,

દૂર તારાથી જીવનમાં

ક્ષણ ભર ન રહી પાઉ.

"સ્નેહની તરસ "

તને ગોતતા હું થાક્યો,

વીતી ગયા છે તને જોયા,

જિંદગીના ઘણા ગતકો અને વર્ષ,

ખબર નહી ક્યારે મળીશુ આપણે,

ક્યારે પુરી થશે આંખોની રાહ,

અને ક્યારે બુઝાશે મારી આ સ્નેહની તરસ.

"મા ની આશ "

દરરોજ ધ્યાન રાખે,

પોતાનો પૂરો સમય સંતાનને જ આપે,

સારુ જમાડે,

સારુ શીખવાડે,

પ્રેમ અને વિશ્વાસની હૂંફથી જીવનમાં

એ ખુશીઓની શૃંખલા સજાવે,

છતાં એની નાની ઈચ્છા પણ પુરી

કરવામાં,

એને થોડી વધુ સાંભળવામાં,

પણ જો સંતાનને કષ્ટ લાગે,

તો શું મા જીવનમાં

એટલી આશા પણ ન રાખે?

"આશાનો આધાર"

બે પળ સાથે રહી,

એ સમજાવી ગયા

મને જીવન જીવવાનો સાર,

શીખી ગયો હું પણ જીવતા

બીજા માટે,

અને બનતા કોઈકની આશાનો આધાર.

"દેખાડો"

અંદરથી ખાલી છે બધુ

સાથ નથી સાચો સાથે,

છતાં બાર થી બધું હોવાનો,

ખુશ રહેવાનો દેખાડો કરીએ છીએ,

જાણે બધું હોય આપણી પાસે.

" બારી "

બારી મનની ખોલી તો જુઓ,

કદાચ કોઈના વિચારો,

તમારામાં ફરી જીવન જીવવાની

એક નવી ઉમંગ પૂરી જાય.

"દુ:ખ"

દુ:ખ ગમે એટલા છુપાવો,

પણ પાંપણના તળિયાની ભીનાશ,

અને મુખ પર દેખાતો ખુશીઓનો અવકાશ

બધુ વ્યક્ત કરી જ દે છે.

"આલિંગન"

એક આલિંગન એવું આપજે,

કે મનનાં બધાં ધાવો સમી જાય,

આત્માનાં દરેક ભાગમાં મળે શાંતિ,

અને અને મારા પ્રત્યેક અંશમાં

પ્રત્યેક શ્વાસમાં,

માત્ર તું જ વસી જાય.

"ચંચળ મન"

ચંચળ મન વળી જાય છે,

તારા રસ્તે વારંવાર,

હસે છે તને જોઈને,

કરે છે મનમાં

તારા સાથને યાદ,

જાણવા છતાંય કે,

હવે તું નથી મળવાનો કયારેય.

"પપ્પાને પત્ર "

મારી ચિંતામાં,

તમે મારી સાથે બેઠ્યાં,

મારા માટે જીવનનાં

દરેક દુઃખ,

દરેક તકલીફ

તમે હસીને વેઠ્યા,

હવે વારો મારો છે,

તમને ખુશ કરવાનો,

તમારા સપના પુરા કરવાનો

બસ સમય આપજો થોડો,

એક દિવસ જરૂર ગર્વ કરાવીશ તમને.

"જીવન સંગીની "

હાથ ઝાલ્યો એને મારો,

વિશ્વાસ રાખી

ચાલીએ મારી સાથ,

છોડી પોતાના ઘરનું

આંગણુ,

પોરવ્યો એને મારા મન,જીવનમાં

પોતાનો શ્વાસ,

ધ્યાન રાખ્યું મારુ

કાળજી રાખી

મારા પરિવારથી

જોડાયેલા દરેક કામની,

ભુલ ન હોવા છતાં સહી એને

વાતો ક્યારેક અપમાનની,

નબળો પડ્યો હોવ ભલે હું ક્યારેક

પણ એ અડીખમ ઉભી રહી સદા સાથે

કપરા સમયની વાટ,

ઋણી છું ઈશ્વરનો

પામી તારા જેવા સાથીનો સંગાથ.

"પાયલનો ઝણકાર "

ઉમળકો ભરે છે લાગણીઓ,

હ્દયમાં વારંવાર,

હાસ્ય મુખ પર અલંકૃત થાય છે,

ને વિચાર ફરે છે મનમાં હજાર,

પ્રશ્નો, ચિંતાઓ, ગૂંચવણો

કોઈક ખૂણે મુકાય જાય છે એ ક્ષણવાર,

સંભળાય છે જયારે તારો એ

એક પાયલ નો ઝણકાર.